Ôm đàn hát giữa thế gian

Ca Khúc Du Ca Và Lãng Du Ca

TRƯƠNG XUÂN MẪN

Trương Xuân Mẫn
ÔM ĐÀN HÁT GIỮA THẾ GIAN
Trình bày bìa: Trương Đỗ Như Ý
Viết nhạc: Trương Xuân Tiên Sa, Tú Minh, Nguyễn Trí Kiệm
Tranh bìa: Nguyễn thị Dư Dư "Thế giới riêng của tôi"
Hình ảnh: Minh Phú, Đỗ Đình, sưu tập thân hữu...
Trình bày, dàn trang: Nguyễn Thành, Trương Xuân Mẫn, Lê Hân
Nhà Xuất Bản
NHÂN ẢNH
2020

TRƯƠNG XUÂN MẪN

- Quê nội: Huế, Thừa Thiên. Quê ngoại: Quy Nhơn, Bình Định. Cha sinh: Hội An. Sinh ra ở Bồng Sơn. Trải qua thời ấu thơ, đi học, làm việc tại Quy Nhơn, Huế, Đà Nẵng.
- Đã học qua các trường: "Vỡ lòng" ở Giòng Mến Thánh Giá, An Lỗ, Thừa Thiên, Tiểu học Tin Lành, College Francais De Tourane (Lycée Blaise Pascal) Đà Nẵng, Providence, (Thiên Hựu, Huế), Trung Học Phan Thanh Giản - Đà Nẵng, Trường Âm nhạc Huế...
- Tham gia Phong trào Du Ca Việt Nam từ 1969. Huynh trưởng Phong Trào Du Ca Việt Nam. Đoàn phó Đoàn Du Ca Đà Nẵng (1970). Sáng lập viên Liên toán Đà Giang (thuộc Đoàn Du Ca Đà Nẵng, 1972). Sáng lập viên Đoàn Du Ca Huế (1973).
- Giáo sư âm nhạc ở các trường Nữ Trung Học Hồng Đức, Trung Học Phan Thanh Giản, Trung Học Hoàng Việt (1972-1975)...
- Sau 1975, tiếp tục dạy âm nhạc các trường Trung Học trong TP. Đà Nẵng cho đến 1995 định cư tại Hoa Kỳ theo diện ODP.
- Phóng viên nhiếp ảnh hầu hết các báo vùng Bắc Cali. Sáng lập viên Câu lạc bộ Âm Nhạc Bắc Cali (1997).
- 2006: Tham gia hoạt động trở lại Phong Trào Du Ca Việt Nam tại hải ngoại cùng dược sĩ Hoàng Ngọc Tuệ, Nguyễn Thiện Cơ, Tâm Nguyên... và các nhạc sĩ quá vảng: Nguyễn Đức Quang, Ngô Mạnh Thu, Trầm Tử Thiêng, Lý Văn Chương....
- Sáng lập viên Đoàn Du Ca Bắc Cali (2010)
- Có tác phẩm Văn, Thơ, Nhạc, Ảnh.. đăng rải rác trong và ngoài nước từ trước 1975 đến nay...

CHÂN THÀNH CẢM ƠN CÁC ÂN NHÂN, THÂN HỮU ĐÃ ỦNG HỘ TINH THẦN, VẬT CHẤT ĐỂ THỰC HIỆN CÁC TẬP SÁCH NÀY:

Ô.bà Bác Sĩ Chánh Việt + Tống Diệu Liên
Bác sĩ Lynn Ngô, nghệ nhân (Stanford Hospital)
Ô.bà Bác Sĩ Chung Hữu Vũ + Trang Thuy Vu
Ô.bà Bác sĩ Nguyễn Thế Triều Huy + Thùy Nga
Ô.bà Chiêu Lê, doanh nhân, TGĐ Hệ thống Lee Sandwiches.
Ô.bà Hà Lý, doanh nhân, thân hữu TP. Fremont,CA
Ông Đàn Lê, nhân sĩ, thân hữu TP Fremont
Ô.bà Trần Khánh Hưng, doanh gia, Hưng Phát Jewelry
Ô.bà Scott K.Vo, giám đốc Sharp Dimension, đồng hương ĐN
Nhà báo Huỳnh Lương Thiện, chủ nhiệm báo Mõ SF
Ô.bà Húa Ngô: doanh nhân, (Vernon, Nam Cali)
Ô.bà Bác sĩ Nguyễn Hoàng Tuấn
Ô.bà Bác sĩ Trần Khiết + Hoàng Oanh
Ô.bà nhà báo Lê Văn Hải, chủ nhiệm báo Thằng Mõ San José
Ô.bà nhà báo Cao Ánh Nguyệt, chủ nhiệm tuần báo Phụ nữ Cali
Ô.bà Nguyễn Trung Cao, nhân sĩ, nhà hoạt động cộng đồng
Ô.bà Nhà thơ, giáo sư tiến sĩ Phạm Quang Minh
Ô.bà Bác sĩ Nguyễn Ngọc Tuấn
Ô.bà Tony Đinh, TGĐ Century 21 Real Estate Alliance
Ô.bà Trung Nhu Century 21 Real Estate Alliance
Ô.bà Hiệp Nguyễn Xuân + Thu Loan, đồng hương QNĐN
Ô.bà Sam Hồ + Mỹ Linh, giám đốc Truyền thông giao tế, San Jose Evergreen College
Bác sĩ Hiền Ngọc Nguyễn
Ô.bà Kỹ sư nhạc sĩ Bùi Hữu Nhật, Florida
Giáo sư Lê Mộng Hoa + Nguyễn Hùng (HT Du Ca SG 1975)
Cựu Đại tá Nguyễn Xuân Hách, SQKQVNCH
Ô.bà Trần Chánh Tùy, SQQLVNCH, Hội ĐH. NhaTrang
Ô.bà Đào Hải Triều, Họa sĩ
Ô.bà nhạc sĩ Đào Nguyên
Ô.bà Lê Kha + Trần Mai Hương, Đoàn Du Ca Bắc Cali
Bác sĩ Sophie Đào Kiều Liên, Đoàn Du Ca Bắc Cali
Bà Hoàng Bích Hạnh, Huynh trưởng Nam Cali
Ô.bà Kỹ Sư Đỗ Đình, Đoàn viên Du Ca Bắc Cali
Ô.bà Trần Quang + Trâm Anh, Giám đốc Papyrus

"Khi không còn gì trong đời,
tôi vẫn còn thơ và nhạc"

Trương Xuân Mẫn

Trương Xuân Mẫn qua nét vẽ của Đào Hải Triều

RẤT NGẮN, VÀI GIÒNG...
RẤT DÀI CHO GIÒNG NHẠC ĐỜI NGƯỜI.

Tôi đã có một đời sống âm nhạc ...không bình thường. Thuở thanh xuân, viết được vài ba câu nhạc vừa "chững", chưa kịp "chín tới" thì biến cố ập đến quê hương, lật nhào chiếc xuồng nhỏ tràn đầy hòa âm hy vọng. Chiến tranh ly loạn. Mất - Mất hết. Trên đường "chạy", chỉ biết đớn đau nhìn tập bản thảo, đứa con đầu lòng Thơ Nhạc rơi xuống biển Tiên Sa, cửa Sông Hàn. Tất cả trôi đi, rơi vào quên lãng. Nhưng... Rồi phải sống, cũng phải cầm bút.

20 năm không viết được những giòng nhạc như ý hay theo nghĩ suy. May mà nhờ sống với tuổi thơ, vớt vát những gì đã mất trong chính tuổi thơ tôi đầy bi thương, nghiệt ngã.

Đến bờ Tự Do... Với người, thì "tam thập nhi lập". Còn tôi, tuổi... chớm năm mươi, mới... "ngũ thập nhi lập". Ở xứ người, gần như ai cũng vậy, vừa "kiếm chữ" vừa tất bật sớm khuya, đôi khi có đến...36 nghề không tên, bươn chải "kiếm ăn" cho cuộc sống. 20 năm, Thơ Nhạc mốc meo từ những giọt nước mắt âm thầm trong ký ức rêu phong.

Một chiều, sau vườn nhà, rơi rơi chiếc lá... Bất chợt, nhìn lại, đã nhiều mùa thu đi qua. Giựt mình, quỹ thời gian vơi dần, "gia tài nhạc cảm" cũng nhạt phai. Như phu quét đường, tôi gom những chiếc lá bỏ quên bên đường đời ... Món nợ không vay mượn, cũng chẳng ai đòi nhưng vô cùng thiêng liêng, luôn trong hoài bảo. Đó là âm vang réo gọi của sóng vỗ trên giòng sông âm nhạc. Rồi lại phải "**Ôm đàn hát giữa thế gian**."

Hình như mọi sự bắt đầu đều không bao giờ muộn.
Sáng nay thức dậy nghe tiếng chim hót.
Vườn sau vừa nở những bông hoa.
Giòng nhạc vang lên, khởi động cho một hành trình ...

Trương Xuân Mẫn
Milpitas, 2020

Dòng nhạc Du Ca

"Người Du ca sống giữa lòng dân tộc, mở mắt nhìn cảnh sống chung quanh, lắng nghe lời than hay tiếng reo mừng của đồng loại, đau khổ và hy vọng, để rồi cất tiếng hát lên bằng ngôn ngữ thơ ca và âm nhạc. Có thể nói: Họ là một trong những phát ngôn nhân của dòng nhạc quê hương và dân tộc trong thời đại mà họ đang sống...

Truơng Xuân Mẫn (1972)

Bài học đầu tiên
Tôi có một bài ca
Mưa rơi chợt nhớ
Về đâu, những cánh chim hải âu ?
Tiếng đàn và dàn đồng ca
Bản tình ca của người thủy già
Quê hương ơi, sẽ có một ngày...
Ôm đàn hát giữa thế gian
Bản Du Ca cuối cùng của anh
Sẽ có ngày gặp lại

Bài học đầu tiên

Nhạc và lời: **TRƯƠNG XUÂN MẪN**
(1974 - 1975)

Hình trong trang ảnh này là những ca sĩ thành danh hay đang thành công trên đường nghệ thuật, đã từng hát thâu âm, phát thanh, truyền hình, sân khấu... ca khúc Bài Học Đầu Tiên (và nhiều bài hát khác nữa của Trương Xuân Mẫn) từ thời tuổi thơ ôm sách đến trường... Đó là các ca sĩ Jenny Đan Anh, (Ảnh#1) Thanh Hà, (Ảnh #2) Trần Thu Hà (Ảnh #3). Và còn ai nữa...
(Hình ảnh từ Internet)

Jenny Dan Anh

Thanh Hà

Trần Thu Hà

Tôi có một bài ca

"Du ca có thể hát hay- chưa hay- không hay. Nhưng Du Ca hát bằng tấm lòng, hát từ trái tim. Du Ca đi và hát. Du Ca không hát một mình mà mời mọi người cùng hát. Vì vậy tiếng hát Du Ca như giòng suối ngầm đang chảy trong lòng quần chúng. Du Ca sống và hát theo tiếng nói và hơi thở của thời đại mà họ đang sống..."
Trương Xuân Mẫn

Nhạc và lời: **TRƯƠNG XUÂN MẪN**
(2020)

Mưa rơi chợt nhớ

Nhạc: **TRƯƠNG XUÂN MẪN**
Ý thơ: **ĐỖ QUANG VINH**
(1994)

Về đâu, những cánh chim hải âu ?

Nhạc & lời: Trương Xuân Mẫn
(1975 - 1995)

chậm vừa, tha thiết (theo nhịp Rumba lente)

sóng thoáng thấy hình bóng mẹ Đang trông ngóng mơ về
Về đâu những cánh chim hải âu tha phương nơi xứ
người chơi vơi mùa bão nổi Về đâu những cánh chim hải
âu đau nỗi buồn rong ruổi mơ một ngày trở về quê hương
1.
2.
tan hết sương mù... Về.... mù
những cánh chim hải âu về đâu, về đâu?

Tiếng đàn và dàn đồng ca

Quý mến tặng "Anh Em Tôi" của Đoàn Du Ca Bắc Cali

nhạc và lời: Trương Xuân Mẫn
(2019 - 2020)

Rộn ràng, tin yêu 𝄋 *(moderato)*

ca non nước quê nhà cùng chung tiếng hát chan
hòa. Đàn ơi hát lên ! chào mặt trời đang
đến. Bên suối hát về sông, con sông reo về
núi, chim ngàn cánh rộng niềm vui có chúng
ta bên nhau ngày mới. Đàn ơi hát
lên ! chào mặt trời đang đến. Đem ánh
sáng về trên quê hương đang mờ tối, dân
mình đón nhận niềm vui hát đồng ca vang vọng đất
1.
trời. Tiếng....
2.
trời.

Bản tình ca của người thủy già

"Nhớ, nhớ hết, những sông dài biển rộng
Đầy phong ba và cũng lắm yên bình
Nay ngồi giữa vườn hoa và mơ mộng
Tưởng như mình đang ở tuổi thanh xuân.
(Trích "Cuối Hè", Thơ Hùng Vĩnh Phước)

Nhạc và lời: **TRƯƠNG XUÂN MẪN**
1995

hương. Người thủy thủ ơi! Những hành trình lênh đênh xa
bến, tiếng còi tàu giục giã thân quen Âm vang triền sóng, triều
dâng. Ôi người thủy thủ! Năm tháng phôi pha, sóng gió phai
màu, mái tóc sương sa đã bạc đầu Chiều nay biển nhớ gọi
về hát bài tình ca khơi xa...

Quê hương ơi, sẽ có một ngày…

Nhạc và lời: **TRƯƠNG XUÂN MẪN**

Âm Thanh Của Sắc Màu *(Nguyễn Thị Dư Dư)*

Ôm đàn hát giữa thế gian

Trời sẽ nắng cây rừng hoang sẽ dậy
Bầy chim di sẽ vỗ cánh bay về
Ngày sẽ tới và mặt trời sẽ mọc
Hỡi loài người vội vã tỉnh cơn mê
(Trích bài "Tiếng hát loài chim di" Thơ Song Nhị)

PK2: Tôi đã qua nhiều miền đất nước.
Bắc xuống Nam, ngược về Miền Trung
Dân nước tôi vui trong vọng ảo.
Ngày tháng dài chỉ biết có chờ mong.
Bao ước mơ từng ngày trông ngóng.
Đường tối dần mất ánh bình minh
Bao nổi trôi chìm trong cuộc sống
Giòng sông buồn giòng nước chẳng yên bình

ĐK : Ôm đàn tôi ôm một cây đàn.
Mang đàn hát giữa quê hương.
Mang đàn hát với đau thương.
Ai hát đó, lời thơ thật buồn.
Còn tôi hát bài ca hy vọng.
Mong dân mình sớm thoát kiếp điêu linh.
(Hát lại ĐK, vào Pk3)

PK3: Tôi lắng nghe lời ca của lá.
Chung tiếng ru hòa nhạc của hoa.
Ai hát theo lời sông lời núi,
Tôi hát về điệp khúc của đồng quê.
Chim hát theo lời reo của suối.
Thêm tiếng ve, nhạc hè bừng vui.
Mây trắng bay, trời giao mùa mới.
Tôi hát về trời đất rất an lành.

ĐK : Ôm đàn, Tôi ôm một cây đàn,
Mang đàn hát giữa thiên nhiên,
Mang đàn hát với tháng giêng.
Tôi sẽ hát lời bài ca dao hiền,
Rồi tôi hát về mùa xuân nhân từ.
Tôi hát hoài những lời của Mẹ ru (Trở lại ĐK)
Tôi nhớ hoài những lời Mẹ ru (nhiều lần, chậm dần để Kết)

Bản du ca cuối cùng của anh

(viết tặng hương hồn nhạc sĩ Du Ca Nguyễn Đức Quang)

diễn cảm tự do sâu lắng 𝄋 *(con amore)* *nhạc và lời: Trương Xuân Mẫn (2012)*

2.
làng. Trong nắng... Nam ngày mai sáng
ngời.
ngời. Bài Du Ca anh hát dưới ánh mặt
trời. Đường đấu tranh anh
viết thêm trang sử mới Cất tiếng
1.hát cao lời núi sông. Tiếp bước
2.hát cao lời núi sông. Tiếp bước
tiếp con cháu Lạc Hồng, hãy thắp lên ngọn
tiếp con cháu Lạc Hồng, hãy hát lên bài
1.
2.
đuốc bừng sáng. Cất tiếng
ca Hy Vọng.
Con đường Việt Nam.

Sẽ có ngày gặp lại

(viết trong mùa đại dịch Covid-19)

Mến tặng các trưởng du ca:
Hoàng Ngọc Tuệ, Nguyễn Thiện Cơ
Với niềm tin "Sẽ Có Ngày Gặp Lại"

nhạc và lời: Trương Xuân Mẫn
(2020)

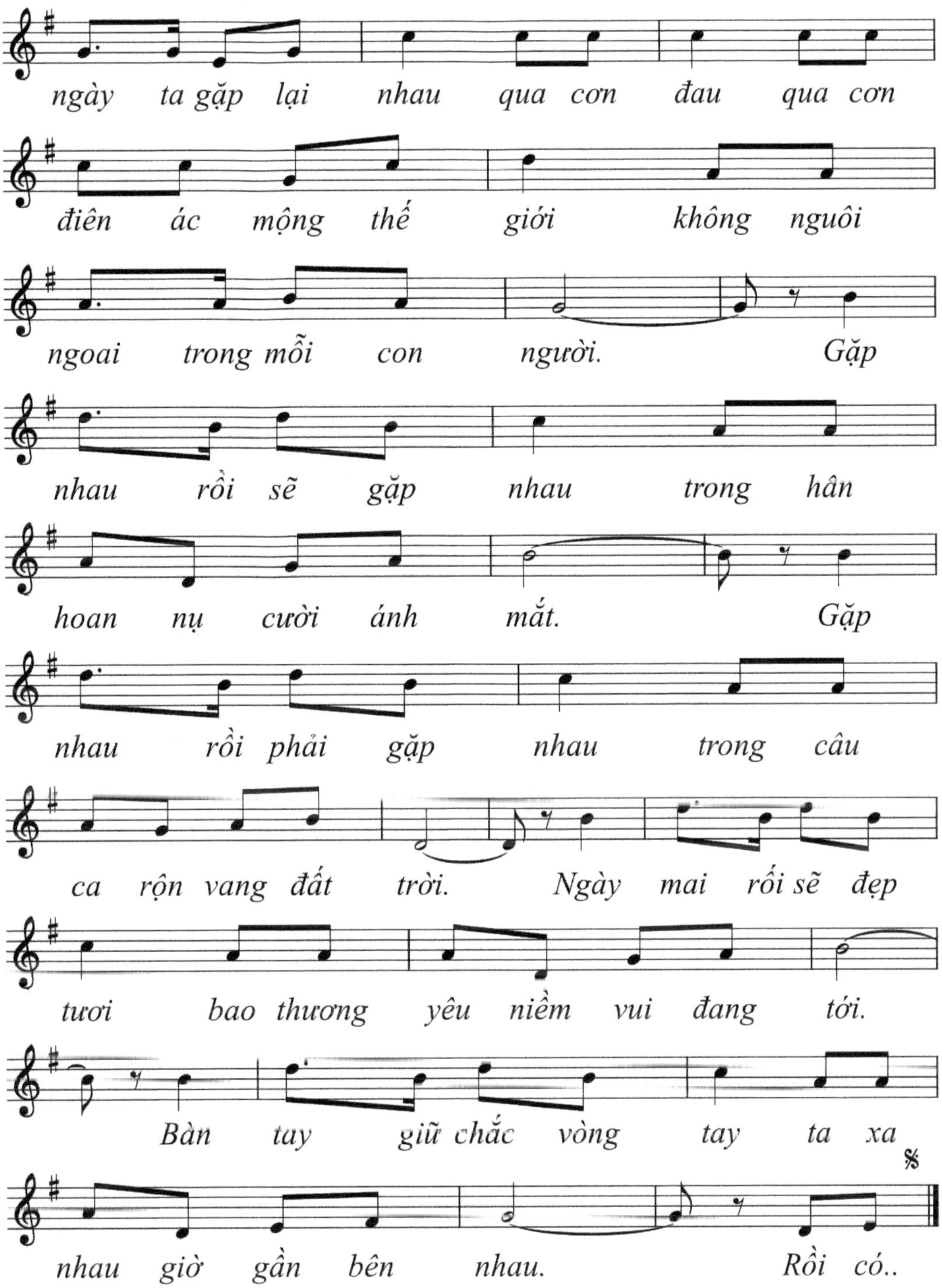
ngày ta gặp lại nhau qua cơn đau qua cơn
điên ác mộng thế giới không nguôi
ngoai trong mỗi con người. Gặp
nhau rồi sẽ gặp nhau trong hân
hoan nụ cười ánh mắt. Gặp
nhau rồi phải gặp nhau trong câu
ca rộn vang đất trời. Ngày mai rồi sẽ đẹp
tươi bao thương yêu niềm vui đang tới.
Bàn tay giữ chắc vòng tay ta xa
nhau giờ gần bên nhau. Rồi có..

Giấc Mơ Của Bạn Tôi
(Nguyễn Thị Dư Dư vẽ tặng Nhạc sĩ Trương Xuân Mẫn)

DÒNG NHẠC LÃNG DU

Đi về phía sông, sông vòng dấu hỏi
Về phía sóng, sóng bạc lòng nhiễm bệnh
Giọt lệ nước trào, chân lê bước mỏi
Đi về phía đâu, đâu cũng lênh đênh

(Trích bài thơ " Vết tích thời gian" của Trương Xuân Mẫn)

Đi tìm một nửa hồn nhiên
Vết thương
Chiếc lá
Nắng hồng
Con Chuồn chuồn đỏ ngày xưa
Hoa tím
Yêu em như yêu loài hoa hiền
Khi mưa có em về
Chiều mưa hát trên đồi
Gõ đàn hát chơi

Đi tìm một nửa hồn nhiên

Nhạc: **TRƯƠNG XUÂN MẪN**
Thơ: **TRẦN THỊ THU HÀ**

Hình trong trang ảnh này là những ca sĩ thành danh hay đang thành công trên đường nghệ thuật, đã từng hát thâu âm, phát thanh, truyền hình, sân khấu... ca khúc "Đi Tìm Một Nửa Hồn Nhiên " (và nhiều bài hát khác nữa của Trương Xuân Mẫn) từ thời tuổi thơ ôm sách đến trường... Đó là các ca sĩ : Mỹ Tâm (Ảnh #1). Thầy trò gặp nhau: Ca sĩ Mỹ Tâm và tác giả (Ảnh #2). Victoria Thúy Vi.(Ảnh#3) Hiền Thục (Ảnh #4) ...

Mỹ Tâm

Với ca sĩ Mỹ Tâm, lứa học sinh năm học lớp 1993-1995

Victoria Thúy Vi

Hiền Thục

Vết thương

Nhạc và lời: **TRƯƠNG XUÂN MẪN**
Ý thơ: **NGUYỄN VĂN THANH**
(10- 1993)

Chiếc lá

Nhạc và lời: **TRƯƠNG XUÂN MẪN**

(1992)

Nắng hồng

Nhạc: TRƯƠNG XUÂN MẪN
Thơ: NGUYỄN THỊ XUÂN TÙNG

Nhịp vừa (Tango). *(1994)*

Rong Chơi *(Đào Hải Triều)*

Con chuồn chuồn đỏ ngày xưa

Nhạc: TRƯƠNG XUÂN MẪN
Lời thơ: LÊ VĂN TIẾN

Nhanh vừa - Hồn nhiên

Hoa tím

Nhạc: **TRƯƠNG XUÂN MẪN**
Ý thơ: **CHINH NGỮ**
1994

Yêu em như yêu loài hoa hiền

dolce-mest.. *(buồn, xót xa)*

Nhạc&lời: Trương Xuân Mẫn

buồn Rồi từ đó ta xa đi giòng
người Tình ngày xưa như muối xát trong tim Ta yêu
em loay hoay mãi đi tìm người về như cơn sóng vỗ vô
tình Khi em về trời mưa bay tóc
rối Tay buông trôi từng nỗi nhớ xa rồi Ta lạc
loài cuồng say cơn gió núi Ôm nỗi buồn ngồi hát giữa thiên
nhiên Ta thương em như thương mùa lúa chín Ta yêu
em như yêu loài hoa hiền ... -/-

Khi mưa có em về

Slow surf.. *(không nhanh - buồn)* **Nhạc&lời: Trương Xuân Mẫn**

núi bóng ai qua theo mây về trời vùi cơn bão
rớt bên đời Ơ... kiếp sống bơ vơ
xanh xao lạc loài Tiếng hát bay qua theo sông tìm nguồn
ngày em mất hút cuối mùa đông Từ ngày mưa tới em
không về trời đất quay cuồng Một ngày mưa tới ta
một mình một bóng cô đơn Sóng
vỗ mưa rơi rì rào nước mắt cho nhau ngày nào
Vì cuộc đời có nhiều niềm đau.

Chiều mưa hát trên đồi

Đi là đi biệt từ khi chưa về
(thơ Bùi Giáng)

Thơ và nhạc: **TRƯƠNG XUÂN MẪN**

Mùa Đông Kỳ Diệu *(Phạm Bách Phi)*

Gõ đàn hát chơi

Moderato (Mênh mang - Sâu lắng)

Nhạc & lời: Trương Xuân Mẫn

2.
Chiều... ...đường chầm dấu đau thương. Gõ
đàn hát chơi. (Gõ đàn theo nhịp) Gõ
đàn hát chơi cho quên đi nỗi ưu phiền, quên
đi những nỗi niềm riêng. Gõ đàn hát chơi gõ đàn hát chơi.

HÌNH ẢNH
Hôm Nay,
Ngày Mai Nhớ Tới

Lưng vát ba lô đi hát Du Ca suốt tuổi thanh xuân
trên khắp miền đất nước ... Đà Nẵng 1972

Tay ôm đàn đi hát Du Ca suốt tuổi thanh xuân
trên khắp miền đất nước ... Đà Nẵng 1972

Hoạt động Du Ca: trái là cố Giáo sư Nhạc Sĩ Trần Đình Quân,
Đoàn trưởng Đoàn Du Ca tại trường Nữ Trung Học Hồng Đức

Lăn lộn với đồng bào tỵ nạn Cộng Sản 1973

Hoạt động Du Ca với Nhạc sĩ Nguyễn Đức Quang, cố Luật sư Lê Văn Kiềm
Tại Cù Lao Chàm Đà Nẵng, 1972

Hát cùng với anh là Hải Quân Trung Úy Trương Xuân Bình (thứ 3, từ trái)
và bè bạn, 1973

Nhạc sĩ Nguyễn Đức Quang gặp mặt vài cựu Du Ca sinh hoạt trước 1975
tại nhà Du Ca Tâm Nguyên, 2010

Những khuôn mặt Du Ca gặp lại tại San Jose, từ sau biến cố 1975;
Nhạc sĩ Nguyễn Đức Quang, Ngô Mạnh Thu, Giáo sư Nguyễn Châu, Trương Xuân Mẫn

Hát Du Ca với Nguyên Nhu, Đồng Thảo, Trần Anh Kiệt, Nguyễn Đức Quang
tại Foothill College, Los Gatos, CA

Sinh hoạt với anh em Du Ca Saigon ngày xưa và hôm nay:
Trần Huân, Tôn Thất Lan, Trương Xuân Mẫn, Đặng Mục Tử, Nguyễn Thiện Cơ
(Saigòn 2017)

Đoàn Du Ca Bắc Cali tại Báo Người Việt, Nam Cali 2012

'Hát với tôi, giữa đám đông hay trong căn phòng.'
Đoàn Du Ca Bắc Cali những đầu tiên 2012

Hát với anh em Du Ca Nguyễn Thiện Cơ, Mây Lan, Nguyên Nhu, Trương Xuân Mẫn, Đinh Quang Anh Thái , Nam Cali 2012

Hát với Dược sĩ Hoàng Ngọc Tuệ (chủ tịch Phong Trào Du Ca Việt Nam) và các Du Ca Nam, Bắc Cali (Hình chụp tại Quận Cam 2012)

Cùng gia đình ở Miami, Florida, 2013

Gíao sư Trương Xuân Bình, Trương Xuân Mẫn, cháu Trương Xuân Hiển Khánh (con anh Bình trong ngày tốt nghiệp của cháu Khánh)

Cùng người chú, Đại tá Trương Trừng (ngồi giữa)
tại tư gia Trương Xuân Bình

Ca sĩ Thanh Hà, lứa học sinh 1980 - 1983.
Santa Clara 2010

Cùng với cô học trò Ca sĩ Mỹ Tâm (học sinh năm 1992-1995) làm việc thiện, giúp trẻ em nghèo ở Đà Nẵng- 2011

Gặp lại cô học sinh cũ Minh Hạnh giữa, lớp 9, lứa học sinh 74-75) nay là nhà tạo mẫu Áo dài VN, bên cạnh là anh chị BSNK Phan Hải. San Jose, 2009

Ca sĩ Trần Thu Hà và Nghệ sĩ đàn dân tộc Vân Ánh

Tham gia đoàn làm phim ca nhạc của ca sĩ Hồng Nhung
(ảnh chụp dưới chân đèo Hải Vân, Đà Nẵng 1994)

Gặp Nhạc Sĩ Ngô Thụy Miên

Lưu niệm với các nhạc sĩ Đức Huy (phải), phía sau là nhạc sĩ Lê Huy (ngồi), nhạc sĩ Tú Minh và nhạc sĩ Trần Quảng Nam (đứng)

Nhạc Sĩ Tuấn Phước, Trương Xuân Mẫn, Ca sĩ Thanh Hà,
Nhạc sĩ Trần Quảng Nam, Nhạc sĩ Tú Minh

Lưu niệm với cố Nhiếp Ảnh Gia Dương Phụng (San Jose 2019)

Với nhiếp ảnh gia, phóng viên chiến trường Nick Ut, Melo Park, CA 2021

Ông Tô Văn Lai, Nhạc sĩ Du Ca Trần Quang Lộc, Nhạc sĩ Trương Xuân Mẫn, Nhà báo Lê Đình Bì, San Jose, 2011

Sinh hoạt thường kỳ của Đoàn Du Ca Bắc Cali (Ảnh chụp trong mùa Covid 2021)
tại nhà Đoàn Phó Du Ca Bách Phi

Sáng lập viên và Đoàn trưởng Đoàn Du Ca Bắc Cali

VÀI GIÒNG TỪ DƯ ÂM VỌNG LẠI....

Bùi Hữu Liêm, *Kỹ sư, giám đốc NXB Cỏ Ba Lá*:
Liêm đang đọc tập thơ của anh. Thích bài "Bóng quê"

Đào Hải Triều, *Họa sĩ*:
Tập ảnh đẹp quá...Còn thơ thì ...Chữ nghĩa đâu mà anh "có" nhiều thế?

Đặng Vũ Báy, *Bác sĩ (Oakland)*:
Cảm ơn nhạc sĩ, nhiếp ảnh gia Trương Xuân Mẫn, hình ảnh rất nghệ thuật và rất có hồn. Một quyển sách rất quý giá. Tôi đã dành một chổ xứng dáng trong tủ sách của tôi.

Lê Văn Hải: nhà báo, chủ nhiệm Báo Thằng Mõ, nhà hoạt động cộng đồng:
Đoản văn quá tuyệt vời. Anh TX. Mẫn ơi! ...Quá ngắn, nhưng dài hơn một đời người! Gom lại những chiếc lá xanh, một thời đã quên, để nay đã trở thành những chiếc lá vàng. Trước khi biết sẽ có cơn gió...cuốn đi!
Đẹp, hay, ý nghĩa thâm sâu, trầm lắm. (đọc lời bạt tập nhạc "Ôm Đàn Hát giữa thế gian")

Lê Đan: kỹ sư, nguyên giám đốc điều hành Cty Stratemet:
Tôi biết anh Mẫn từ quê nhà Đà Nẵng trước 1975. Trương Xuân Mẫn, anh là một nhà báo, nhiếp ảnh gia, lại là một nhà thơ, và anh còn là một nhạc sĩ, đóng góp rất nhiều trong suốt chiều dài của phong trào Du Ca Việt Nam từ khi mới thành lập cho đến nay. Mỗi khi nhắc đến nhạc của anh sáng tác, tác phẩm "Bài Học Đầu Tiên" nổi bật như một viên minh châu, vừa trong sáng, vừa dễ thương. Bài ca mang tải tình cảm dào dạt và lòng biết ơn của bao thế hệ học trò đối với thầy cô. Nếu có dịp, mời các bạn vào "net" tìm nghe...

Lê Nhường, *Cựu sĩ quan chiến tranh chính trị*:
Anh có nhiều tài năng quá! Thơ, Văn, Nhạc, lại còn Nhiếp Ảnh. Rất hân hạnh được quen biết anh.

Luân Hoán, *nhà thơ, Montreal ,Canada:*
Bạn sinh hoạt nhiều bộ môn, thật đáng phục. Chúc luôn an bình.
Mây Lan: nguyên giám đốc Sóng Việt Radio, UVBCH Đoàn Du Ca BCL, cựu Du Ca viên TP Qui Nhơn (trước 1975):
Nếu không vì vận nước đổi thay (biến cố 1975) chúng ta đã được thưởng thức nhiều ca khúc của nhạc sĩ Trương Xuân Mẫn. Toàn bộ bản thảo sáng tác thời ấy (mà không có bản copy) trong đó có rất nhiều ca khúc viết cho Du Ca để chuẩn bị in ấn và phát hành đã mất theo số phận của miền Nam và phong trào Du Ca VN. Máu Du Ca và nghệ sĩ vẫn chảy trong con người anh để chúng ta lại thấy một trưởng Du Ca Trương Xuân Mẫn nhiệt thành năng nổ "Ôm đàn đi hát giữa đời" gầy dựng lại lửa cho phong trào, qua đó gợi cho anh niềm cảm hứng để trở lại sáng tác thơ, nhạc. Chúc mừng Nhạc sĩ Trương Xuân Mẫn.

Lynn Ngô, *Bác sĩ, Stanford hospital, nghệ nhân:*
Tập ảnh rất đẹp và công phu. Lynn có trò chuyện với anh về tập thơ rồi: Thơ hay, có nhiều bài Lynn thích, như : "Dòng Sông Và Nỗi Nhớ", "Nỗi Lòng"...

Ngô Thanh Tùng: Nhiếp ảnh gia, cựu dân biểu, giáo sư ĐH :
Có nhiều hinh để triển lãm. Độc đáo, giá trị...

Phạm Phú Nam, *MC, nhà báo, đạo diễn truyền hình:*
3 cuốn sách của anh rất đẹp, rất ý nghĩa, rất giá trị cho độc giả. Tôi rất ngưỡng mộ và trân quý.

Phạm Quang Minh: Giáo sư, tiến sĩ, nhà thơ:
Sách Ảnh và tập thơ rât hay và rất đẹp. Đẹp tuyệt vời !!!

Phan nhật Nam: *SQQLVNCH, nhà văn, nhà báo (Santa Ana, CA):*
Tập ảnh của bạn cho tôi thấy ra: "Chữ nghĩa có bao lăm. Một tấm ảnh là nói đủ". Hèn gì Mỹ có giải Pulitzer cho Nhiếp Ảnh. 2/ Trở lại chuyện Thơ, bài "Cây Ớt và Em Bé Chân Trần"(tr.88) cho tôi thêm tin chắc: THƠ LÀ SỨC CỨU NẠN CHO NGƯỜI - Mỗi người cứu mỗi cách với Thơ cùng SỰ CHÂN THẬT CỦA RIÊNG MÌNH.Tập Thơ của bạn cho tôi thúc dục. Đọc đến bài "Làm Thơ"(tr 54) thì thấy ra những lời thư trên sao mà đúng đến vậy.

Trần Vấn Lệ, *nhà thơ (Temple City CA):*
Tôi biết ơn anh về tập thơ anh cho tôi tại SJ. Đây là một tập thơ mà tôi rất thích và chờ đợi nhiều năm nay... Ngày nào tôi cũng đọc "Tiếng Đàn Hoài Niệm", có nhiều ý tưởng thật "cao, thâm, rộng" mà có duyên, có Tâm Hồn. Đó là ký sự đời một người

làm thơ rất thơ. Thơ anh không giống như thường tình, giản dị mà lại thanh tú. Lời thơ thanh thoát, cởi mở nhân tình. Tôi yêu quý những giòng thơ êm ả mà cũng chập chùng của anh. Rất có duyên gặp Trương Xuân Mẫn để tôi nhớ lại những người tôi quen cùng họ Trương, cả những bạn đã được tôi chia sẻ. Họ trân trọng lắm lắm tài nghệ của Anh. Về hình ảnh, tôi yêu quý những chỗ đứng nhìn của Anh, cái nhìn rất yêu thương...

Vũ Công Hiền, *Nhiếp Ảnh Gia:*
Trương Xuân Mẫn tìm thấy cái ĐẸP trong cuộc sống đời thường bằng góc nhìn, cách dùng ánh sáng, và bố cục lạ. Anh không chỉ chụp hình bằng mắt mà còn bằng con tim. Vì đó, những tấm ảnh của anh gây được cảm xúc. Tôi đã đọc thơ của anh và biết anh đã từng dạy âm nhạc, vì thế, không ngạc nhiên khi người có tâm hồn nghệ sĩ như anh đã sáng tác ra những bức ảnh "có hồn".

Vũ Hồng Thịnh, *Nhạc sĩ, Giáo sư Âm Nhạc:*
Biết bao thế hệ học trò từ trước 1975, cả đến hôm nay, đã thuộc lòng các giai điệu, lời ca thấm sâu ý nghĩa của những sáng tác mà thầy giáo nhạc sĩ Trương Xuân Mẫn đã tặng cho hàng triệu bạn trẻ thêm hành trang quý giá khi đi vào đời: "Bài học đầu tiên là bài ca yêu tổ quốc không bao giờ em quên".

TRƯƠNG XUÂN MẪN

Tiếng đàn hoài niệm

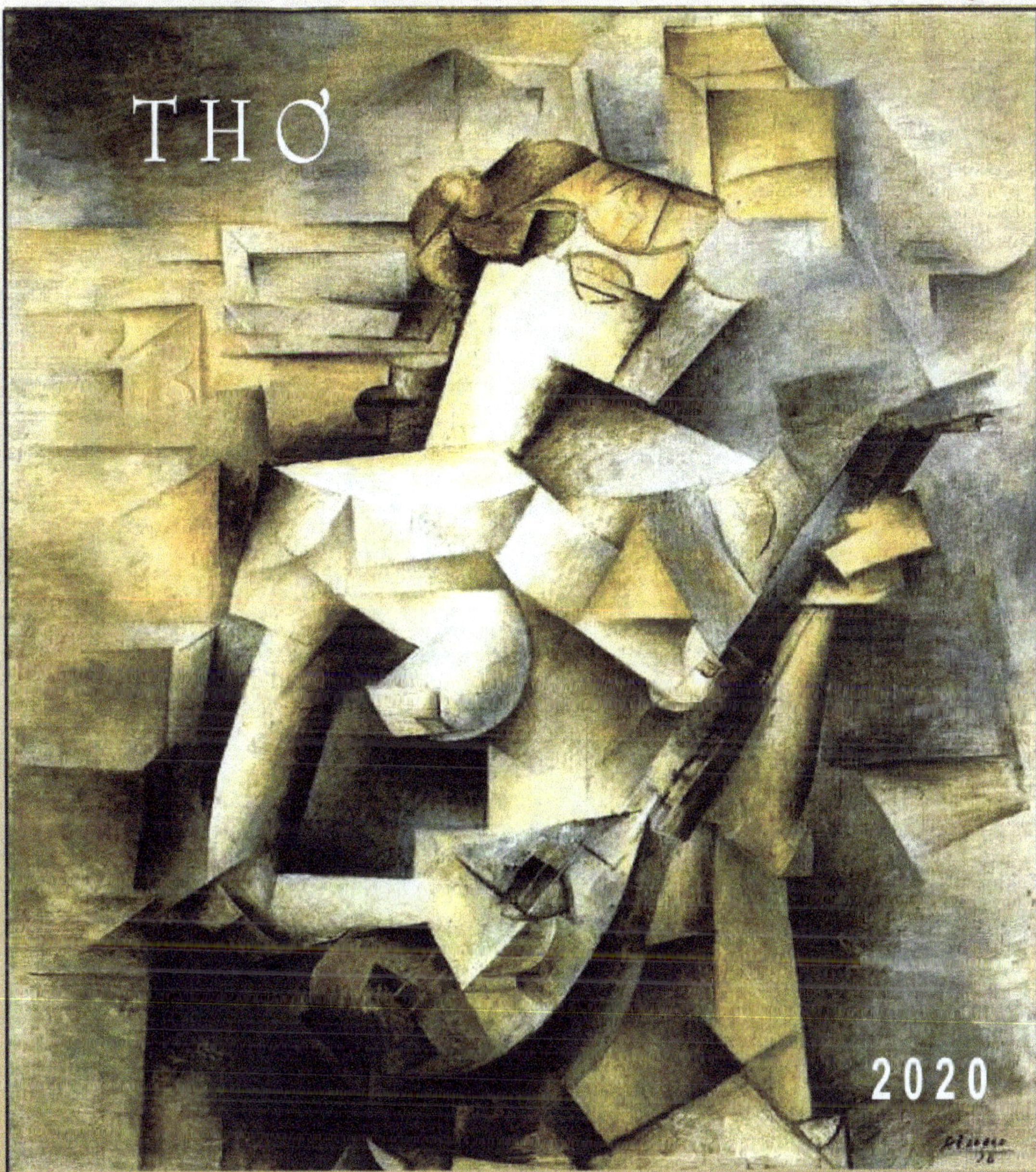

TRƯƠNG XUÂN MẪN
Cái nhìn
từ con mắt thứ ba
202 tấm ảnh
2020
The book of photogaphs: "View from the third eye"
TRƯƠNG XUÂN MẪN Cái nhìn từ con mắt thứ ba 202 tấm ảnh

TRƯƠNG XUÂN MẪN

Đi rong một thời đi rong

PHÓNG SỰ, KÝ
ĐOẢN VĂN
& TRUYỆN RẤT NGẮN

2020

MỤC LỤC

www.ingramcontent.com/pod-product-compliance
Lightning Source LLC
LaVergne TN
LVHW062005041026
849558LV00006B/193

* 9 7 8 1 0 8 7 8 8 7 9 0 6 *